Mga sunflower at Pagkakaibigan:
Isang Aral sa Pagtitiyaga

Marcy Schaaf

Sunflowers
and
Friendships:
A Lesson in Patience
Marcy Schaaf

Mga Sunflower at Pagkakaibigan: Isang Aral sa Pagtitiyaga

Samahan si Laura sa kanyang kasiya-siyang paglalakbay upang likhain ang larangan ng sunflower na kanyang mga pangarap! Sa determinasyon at pagsusumikap, nagtanim siya ng daan-daang mga buto, para lamang gumawa ng nakakagulat na pagtuklas na nagtuturo sa kanya ng mahalagang aral tungkol sa pasensya at pag-unawa.

Sa nakakapanabik na kuwentong ito, nalaman ni Laura na tulad ng mga sunflower, ang pagkakaibigan ay nangangailangan ng panahon para lumago. Sa pamamagitan ng pagiging matiyaga at pagbibigay-pansin sa mga maliliit na palatandaan, malalaman natin kung sino ang magiging tunay na kaibigan at kung sino ang maaaring maging mga damo sa pagbabalatkayo.

Perpekto para sa mga batang mambabasa, ang kuwentong ito ay isang banayad na paalala na ang paglalaan ng oras upang mas makilala ang mga tao ay maaaring humantong sa pinakamaliwanag at pinakamahuhusay na pagkakaibigan. Puno ng mga kaakit-akit na ilustrasyon at isang mahalagang aral sa buhay, ang "Sunflowers and Friendships: A Lesson in Patience" ay kailangang basahin para sa mga bata at matatanda.

Matutupad kaya ang pangarap ni Laura na magtanim ng sunflower? Alamin sa loob!

Tagalog

Dedikasyon

Sa aking kapatid na si Laura,

Para sa pagbabahagi ng nakakatawang totoong kwentong ito at nagbibigay-inspirasyon sa taos-pusong kuwentong ito. Ang iyong pagmamahal sa mga sunflower at ang iyong hindi natitinag na pasensya ay nagturo sa akin ng isang mahalagang aral tungkol sa buhay at pagkakaibigan. Salamat sa pagiging source ng tawanan at inspirasyon. Ang kwentong ito ay sa iyo tulad ng sa akin.

Mas mahal kita, Ang iyong maliit na kapatid na babae

Laura loved sunflowers. She dreamed of a
big sunflower field.

Mahilig si Laura sa sunflower. Nanaginip siya ng isang malaking sunflower field.

"One day, I'll have my own sunflower field,"
she said.

"Balang araw, magkakaroon ako ng sarili
kong sunflower field," she said.

She imagined bright yellow sunflowers
everywhere.

Naisip niya ang maliwanag na dilaw na
mga sunflower sa lahat ng dako.

Laura decided to make her dream come true.

Nagpasya si Laura na matupad ang kanyang pangarap.

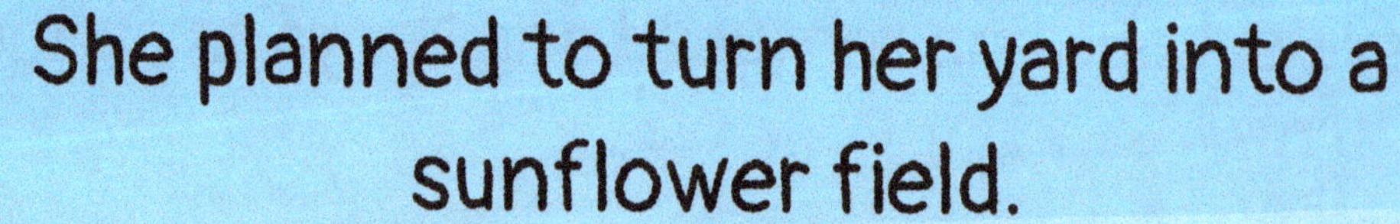

She planned to turn her yard into a
sunflower field.

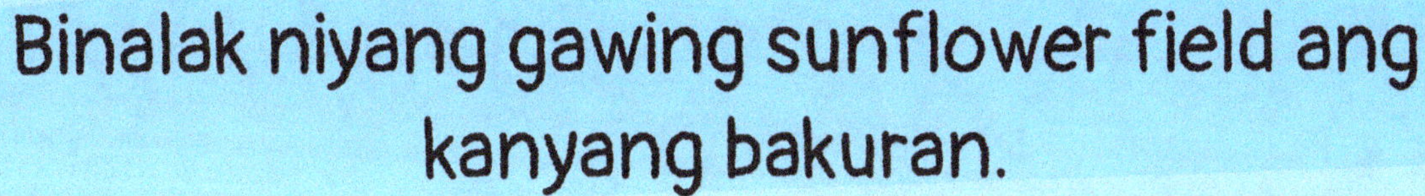

Binalak niyang gawing sunflower field ang kanyang bakuran.

First, Laura removed the grass by hand.

Una, tinanggal ni Laura ang damo sa pamamagitan ng kamay.

She used a shovel, working hard every day.

Gumamit siya ng pala, nagtatrabaho
nang husto araw-araw.

Next, she rototilled the dirt to loosen it up.

Sumunod, inikot niya ang dumi para lumuwag ito.

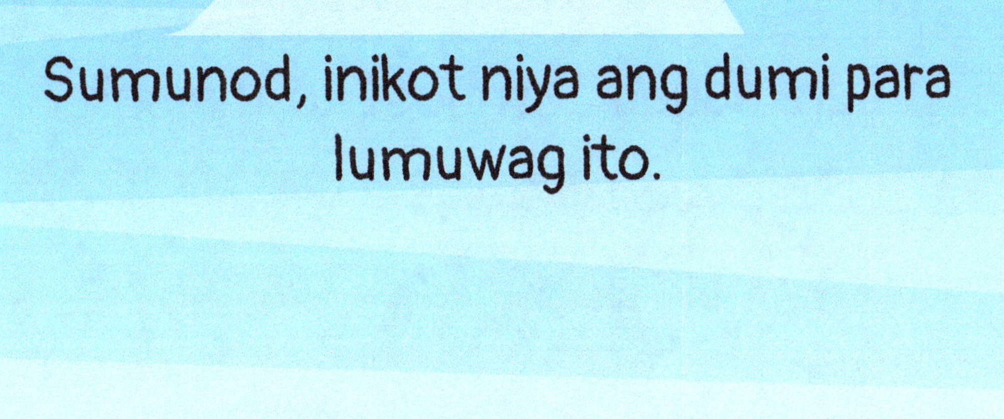

Laura added compost to the soil.

Nagdagdag si Laura ng compost sa lupa.

She knew it would help her sunflowers
grow strong.

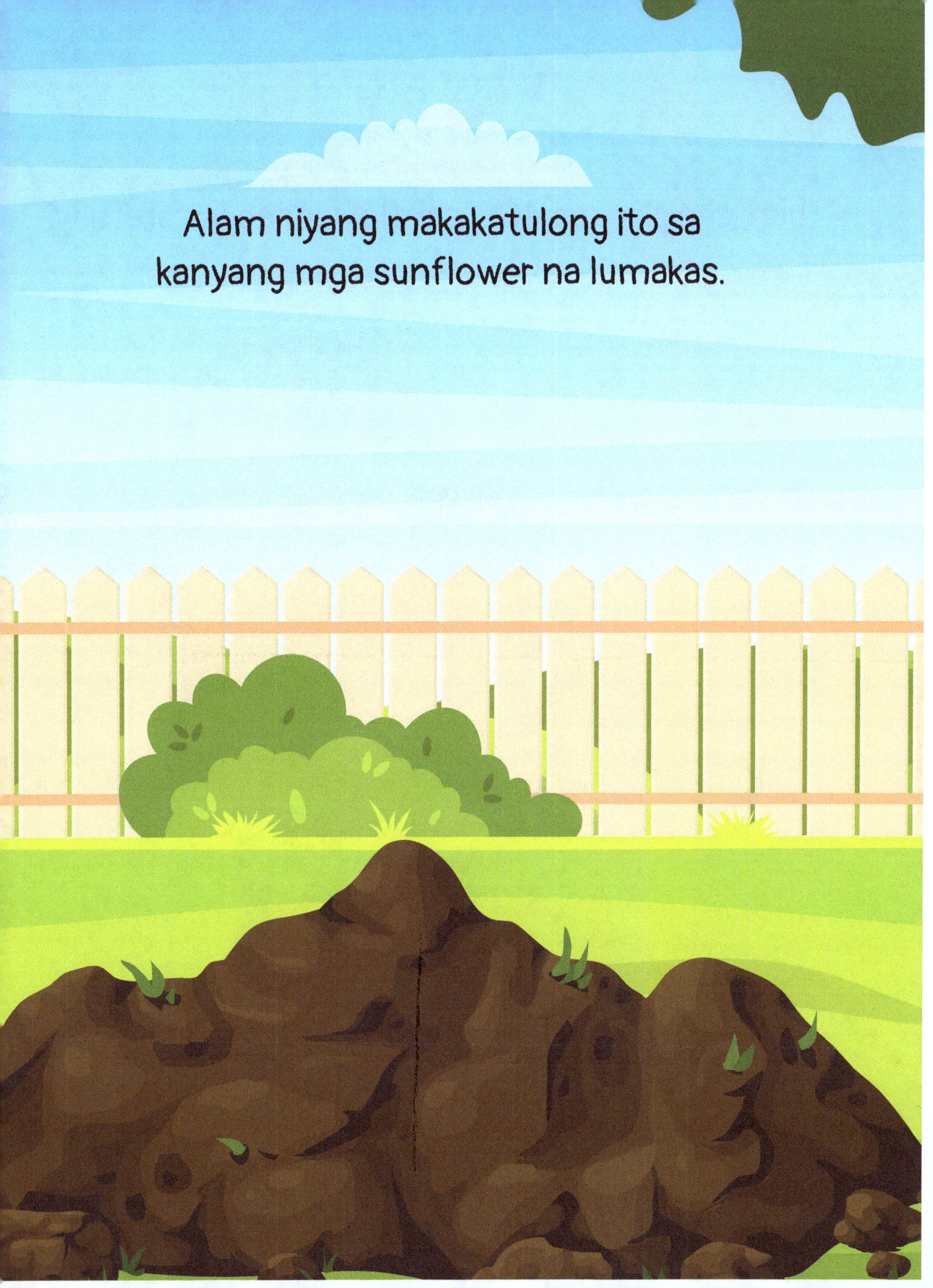
Alam niyang makakatulong ito sa kanyang mga sunflower na lumakas.

Then, she planted 400 sunflower seeds carefully.

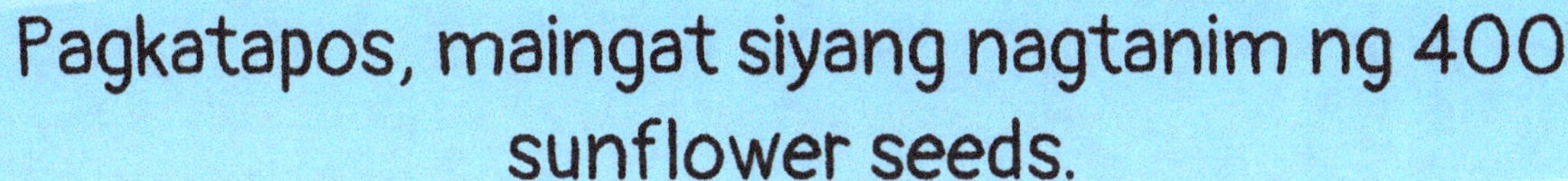

Pagkatapos, maingat siyang nagtanim ng 400 sunflower seeds.

Each seed was placed with love and hope.

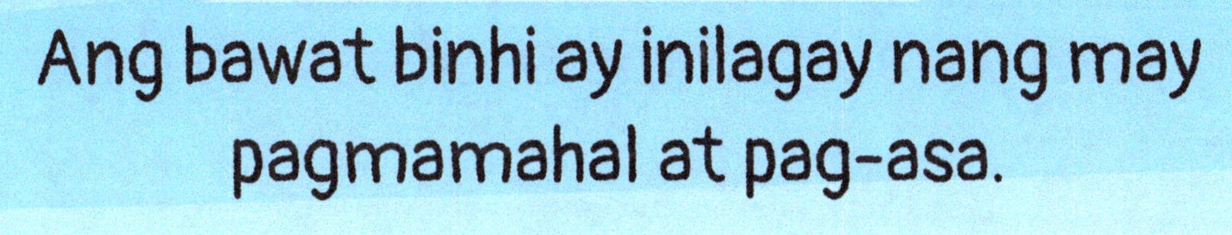

Ang bawat binhi ay inilagay nang may pagmamahal at pag-asa.

Laura watered the seeds every day.

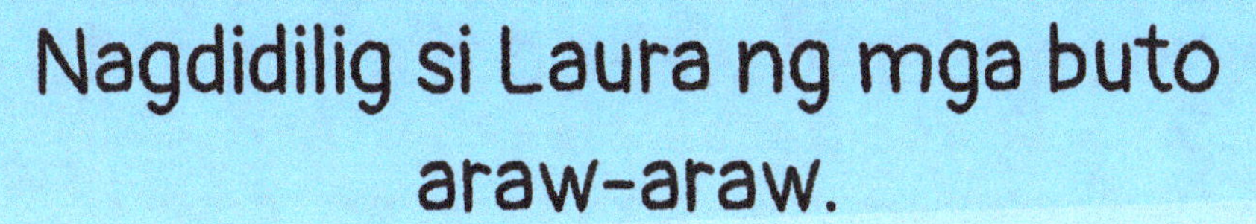

Nagdidilig si Laura ng mga buto
araw-araw.

She watched and waited for them to grow.

Pinagmasdan niya at hinintay silang lumaki.

Laura was excited and kept caring for them.

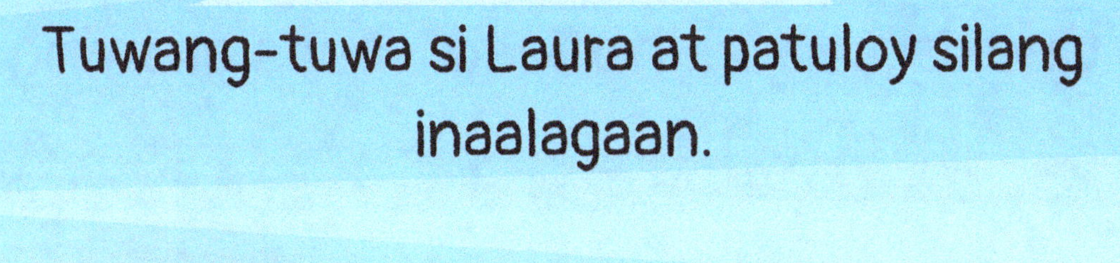

Tuwang-tuwa si Laura at patuloy silang inaalagaan.

One day, Laura noticed weeds growing.

Isang araw, napansin ni Laura ang mga damong tumutubo.

She started weeding the sunflower field.

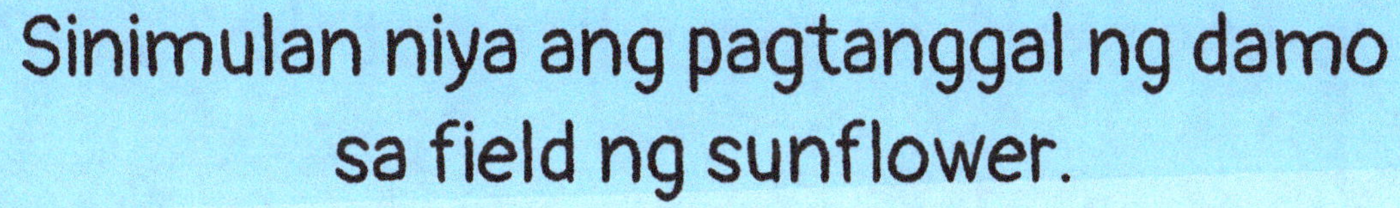

Sinimulan niya ang pagtanggal ng damo
sa field ng sunflower.

Hours passed as she pulled out the weeds.

Lumipas ang mga oras nang bunutin niya
ang mga damo.

Laura was proud of her hard work.

Ipinagmamalaki ni Laura ang
kanyang pagsusumikap.

But something didn't seem right.

Pero parang may hindi tama.

She researched on her phone.

Nagresearch siya sa phone niya.

Laura was shocked!
She had pulled out the sunflowers.

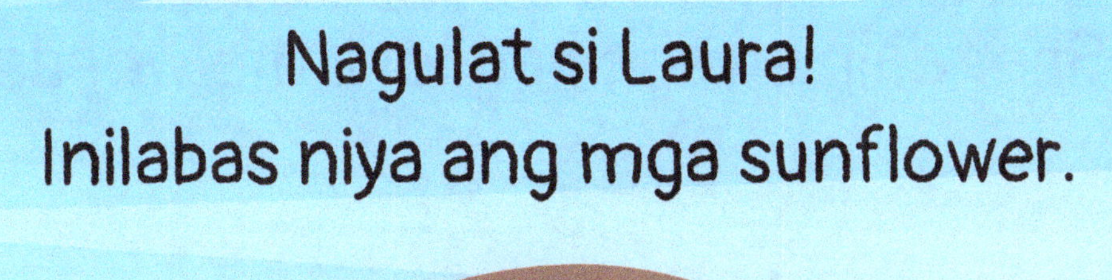

Nagulat si Laura!
Inilabas niya ang mga sunflower.

She realized she had left the weeds.

Napagtanto niyang iniwan niya ang mga damo.

Laura felt sad and frustrated.

Nakaramdam ng lungkot at
pagkabigo si Laura.

She learned she needed to be patient.

Natutunan niya na kailangan niyang
maging matiyaga.

If she had waited, she could tell the difference.

Kung naghintay siya, masasabi niya ang pagkakaiba.

Just like with sunflowers, people need time too.

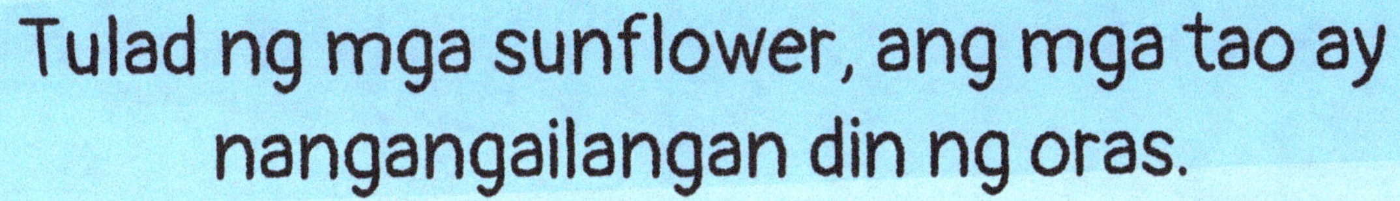

Tulad ng mga sunflower, ang mga tao ay nangangailangan din ng oras.

We need patience to see who will be a true friend.

Kailangan natin ng pasensya para makita kung sino ang magiging tunay na kaibigan.

Be aware of red flags like unkindness or dishonesty.

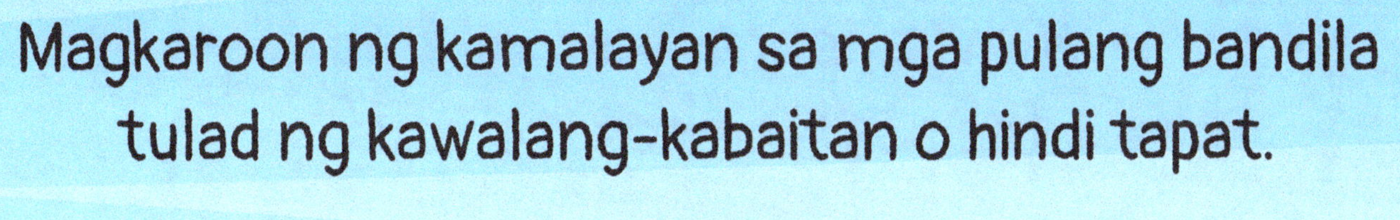

Magkaroon ng kamalayan sa mga pulang bandila
tulad ng kawalang-kabaitan o hindi tapat.

With patience, you will find
the best friends for you.

Sa pasensya, mahahanap mo ang pinakamahusay na mga kaibigan para sa iyo.

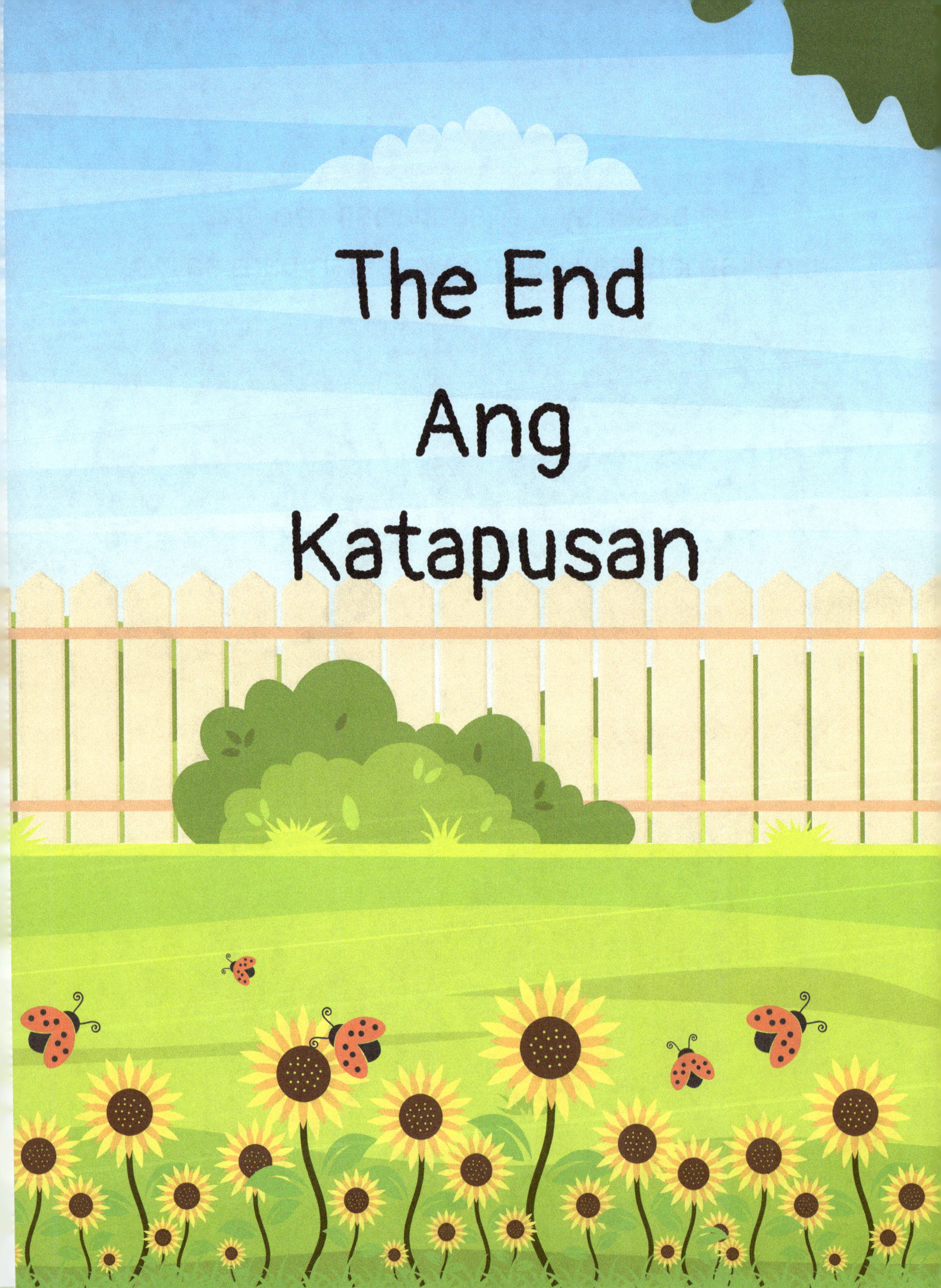
The End
Ang
Katapusan

This true story is about my sister Laura
see how unhappy she looks after pulling
all the sunflowers out!

Ang totoong kuwentong ito ay tungkol
sa aking kapatid na si Laura.

Books By Schaaf

www.BookBySchaaf.com

Find us at: